KU-691-420

LAND

Ljósmyndir og texti © Páll Stefánsson, 1999
Þýðendur: Victoria Cribb (enska),
Gudrun M.H. Kloes (þýska)
Hönnun: Páll Stefánsson og Snæfríð Thorsteins
Litgreiningar: Prentmyndastofan hf., Reykjavík
Prentað í Singapore
Gefið út af Iceland Review ©, Reykjavík, 1999

Öll réttindi áskilin. Bók þessa má eigi afrita með neinum hætti,
svo sem ljósmyndun, prentun, hljóðritun, eða á annan sambæri-
legan hátt, að hluta eða í heild, án skriflegs leyfis útgefanda.

Photographs and text © Páll Stefánsson, 1999
Translators: Victoria Cribb (English),
Gudrun M.H. Kloes (German)
Design: Páll Stefánsson and Snæfríð Thorsteins
Lithography: Prentmyndastofan hf., Reykjavík
Printed in Singapore
Published by Iceland Review ©, Reykjavík, Iceland 1999

All rights reserved. No part of this publication may be reproduced,
stored in a retrieval system, or transmitted in any form or by any
means, electronic, mechanical, photocopying, recording or other-
wise, without the permission of the publisher.

Fotografie und Text © Páll Stefánsson, 1999
Übersetzungen: Victoria Cribb (englisch),
Gudrun M.H. Kloes (deutsch)
Design: Páll Stefánsson und Snæfríð Thorsteins
Lithographie: Prentmyndastofan hf., Reykjavík
Gedruckt in Singapore
Herausgeber: Iceland Review ©, Reykjavík, Island, 1999

Alle Rechte der Vervielfältigung und Verbreitung einschliesslich
Film, Funk und Fernsehen sowie der Fotokopie und des
auszugsweisen Nachdrucks vorbehalten.

ISBN 9979-51-137-0

LAND

ÍSLAND ICELAND ISLAND

PÁLL STEFÁNSSON

INNGANGUR INTRODUCTION VORWORT

Páll Stefánsson réðst til starfa hjá Iceland Review fyrir nær 20 árum, þá nýkominn úr námi, og hefur starfað hér æ síðan. Ég hef því getað fylgst mjög vel með þroska hans og ferli í ljósmyndun. Við höfum átt margar ánægjustundir saman yfir ljósaborðinu á umliðnum árum; þar hefur Páll sýnt mér æ fleiri hliðar á Íslandi og undursamlegri náttúru landsins. Hann er stöðugt að leita að nýjum sjónarhornum og blæbrigðum og þreifa sig áfram í átt að nýjum niðurstöðum. Ljósmyndun er fyrir honum listgrein, fyrir mig er þetta sífellt ný reynsla.

Páll hefur getið sér orð sem einn fremsti náttúruljósmyndari Íslands og fyrir það hefur hann hlotið margvíslega viðurkenningu. Þetta hefur líka orðið útgáfustarfi Iceland Review mikill styrkur. Ný bók eftir Páll telst alltaf til tíðinda. Okkur samstarfsmönnum hans er það metnaðarmál að gera þetta nýja framlag Páls Stefánssonar og Iceland Review vel úr garði – þess fullviss að bókin muni auka hróður Íslands og gleðja augu og hjörtu margra á komandi árum.

Páll Stefánsson first joined Iceland Review almost 20 years ago, straight from college, and has remained with us ever since. This has enabled me to witness at first hand how he has matured and developed as a photographer. We have spent many happy hours together poring over the light table where over the years he has continually revealed to me new aspects of Iceland and its fascinating landscape. He is always on the lookout for fresh angles and nuances, instinctively seeking to create new effects. For him, photography is an art form, for me it remains a process of discovery.

Páll has established himself as one of Iceland's foremost nature photographers, receiving wide recognition for his work. His pictures are a source of great strength for Iceland Review's publications. A new book from Páll Stefánsson is always an event. We, at Iceland Review, take great pride in publishing Páll's latest contribution, in the knowledge that his book will enhance the reputation of Iceland and delight the eyes and hearts of many in years to come.

Vor fast 20 Jahren kam Páll Stefánsson direkt nach der Ausbildung zu Iceland Review, und er hat seitdem ununterbrochen hier gewirkt. So konnte ich seine persönliche und fachliche Entwicklung sehr genau verfolgen. Wir erlebten am Leuchttisch viele angenehme Stunden. Dort zeigte er mir in den vergangenen Jahren immer neue Gesichter Islands und seiner wundervollen Natur. Beständig ist er auf der Suche nach neuen Blickwinkeln und Nuancen, tastet sich mit neuen Ergebnissen vorwärts. Fotografie ist für ihn eine Kunst, für mich ist sie stets eine neue Erfahrung.

Páll Stefánsson hat sich den Ruf eines der besten Naturfotografen Islands erworben und erhielt als solcher zahlreiche Auszeichnungen. Dies ist für die Publikationen von Iceland Review eine substantielle Kraft. Ein neues Buch von Páll Stefánsson läßt immer aufhorchen. Wir, die wir mit ihm zusammenarbeiten, sind bestrebt, diesem neuen Produkt von Páll Stefánsson und Iceland Review einen entsprechenden Rahmen zu geben – wohl wissend, daß es Islands Ruf fördern sowie Auge und Herz der Betrachter viele Jahre lang erfreuen wird.

Haraldur J. Hamar
Útgefandi/Publisher/Herausgeber

NORÐUR-ÞINGEYJARSÝSLA

Heimskautsbaugur snertir Ísland á aðeins einum stað á meginlandinu, norður á Melrakkasléttu. Yfir hásumarið dansar sólin á himni allan sólarhringinn meðan Dettifoss syngur óstöðvandi lag með sinni drynjandi röddu sunnar í sýslunni. Kraftur náttúrunnar er óvíða áþreifanlegri en einmitt þarna nyrst á landinu. Héraðið hefur aldrei verið þéttbýlt, maðurinn og sauðkindin hafa lifað í sátt síðan land byggðist og þjóðgarðurinn í Jökulsárgljúfrum er eins og sýnisbók um það hvernig Jökulsá á Fjöllum hefur mótað landið. Ásbyrgi, hin hóflaga klettaborg, er skýrasta dæmið. Og þar, undir tæplega hundrað metra háum hamraveggnum, eiga fuglar og gróður sér það skjól sem fær okkur mennina til að gleyma stund og stað. En hvergi er hægt að ná betra sambandi við vindinn, fuglana og dýrin en austur á Langanesi. Yfirgefnar húsarústir þar minna á fyrri stórveldistíma mannsins en nú er nesið orðið konungsríki frjálsrar náttúru þar sem fossar falla fram af stuðlabergi niður á óteljandi steina, slípaða og strokna af hafinu.

Only in one place does the Arctic Circle touch the Icelandic mainland: on the northernmost tip of Melrakkaslétta. At the height of summer the sun dances in the sky all night long, accompanied by the unceasing roar of the mighty Dettifoss falls to the south. In Nordur-Thingeyjarsýsla district, the power of nature is a palpable force and man has made little impact, living in quiet harmony with his flocks since the land was first settled. The national park at Jökulsárgljúfur canyon is a textbook example of how the raging Jökulsá á Fjöllum river has sculpted the landscape of the region, leaving its clearest mark in the horseshoe-shaped rock formation of Ásbyrgi. Cliffs rising nearly 100m high offer shelter to birdlife and woodland, an oasis where humans lose track of time and place. But nowhere can one commune better with the wind, birds and beasts than on the easternmost extreme of Langanes peninsula. Desolate ruins stand as testimony to man's former dominance, but now the headland is the realm of free nature where cascades tumble forth from the basalt columns of the cliffs down on to countless pebbles, smoothed and caressed by the sea.

Nur an einer Stelle berührt der nördliche Polarkreis Island: in Melrakkaslétta. Im Hochsommer tanzt die Sonne hier den ganzen Tag, während der mächtige Wasserfall Dettifoss weiter südlich im Land unaufhörlich mit lauter Stimme singt – ein vielseitiger Reigen der Natur im hohen Norden. Der Bezirk Nordur-Thingeyjarsýsla ist seit der Landnahme dünn besiedelt. Mensch und Schaf leben hier im Einklang mit dem Land. Der Gletscherstrom Jökulsá greift immer wieder verändernd in die Landesgestalt ein, was sich im Nationalpark Jökulsárgljúfur wie in einem Lehrbuch ablesen läßt. Deutlichstes Beispiel ist die hufförmige Felsformation Ásbyrgi. In den fast hundert Meter hohen Felswänden und dem lieblichen Bewuchs halten sich Vögel auf, die uns Menschen Zeit und Ort vergessen lassen. Nirgends ist der Kontakt mit dem Wind so innig wie auf der verlassenen Halbinsel Langanes weiter im Osten, die nur von Vögeln und wilden Tieren bewohnt ist. Verlassene Gebäude erinnern noch an die Epoche der Menschen in diesem Königtum freier Natur mit Wasserfällen, die über Felssäulenwände stürzen, mit unzähligen, glatt geschliffenen Steinen am Strand.

VATNAJÖKULL

Hvítt og blátt. Stærsti jökull Evrópu. Hafsjór af frosnu, hvítu vatni. Það er á fáum stöðum sem mannskepnan virðist jafnlítil, landið jafnstórt, veðrið eins tröllslegt og himinninn eins heiður og blár. Vatnajökull er varasamur yfirferðar því að sprungur dyljast undir hvítum feldinum. Þar hvíla líka eldfjöllin sig fyrir óorðnar hamfarir. Undir hvítum hjúp jökulsins eru hæstu fjöll landsins og hæstur teygir sig Hvannadalshnjúkur rúma tvo kílómetra í átt til himins. Allar andstæður þessa lands sem við nefnum Ísland hvíla við rætur hans: Litrík Lónsöræfin að austan, grösugur og grænn Hornafjörðurinn tekur síðan við og undir Breiðamerkurjökli sigla jakaborgir á Jökulsárlóninu og bíða síns tíma. Í skugga Öræfajökuls að vestan er þjóðgarðurinn í Skaftafelli með sinn hlýja svip. Þar má heyra í hinni beljandi Skeiðará sem breiðir úr sér á svörtum sandinum. Vestar eru mosavaxnar eldkeilur Lakagíga og Veiðivötn en norðan jökulsins svartir sandflákar og beljandi jökulár. Kverkfjöllin í Vatnajökli og Snæfell við jökuljaðarinn rísa upp úr landinu eins og kóngur og drottning. Þarna er þögnin æpandi og langt í burtu er endalaus víðáttan brotin upp af hvítum mávi sem svífur um himininn og maður getur ekki annað en undrast á hvaða leið hann er.

White and blue. Europe's largest ice cap. A sea of frozen, white water. There are few places on earth where man seems as tiny, the land as huge, the weather as savage, and the heavens as clear and blue. Vatnajökull is treacherous to cross, for crevasses lurk beneath the sleek white surface where slumbering volcanoes gather strength for future catastrophes. The white veil of ice conceals the highest mountains in the land, greatest among them Hvannadalshnjúkur which towers more than 2km into the sky. All the contrasts of the land we call Iceland can be found around the rim of Vatnajökull; the colourful rhyolite of Lónsöræfi in the east gives way to the grassy green of Hornafjördur, while to the south whole cities of icebergs sail in the glacial lagoon of Jökulsárlón, biding their time. West of Öræfajökull nestle the gentle woodlands of Skaftafell National Park, within earshot of where the roaring torrent of the Skeidará river fans out over the sands. Further west lie the mossy craters of Lakagígar and lake-dotted landscape of Veidivötn, while to the north are barren black plains and booming glacial rivers where the Kverkfjöll massif and Mt. Snæfell dominate the landscape like king and queen. Here the silence is thunderous, and far away the endless horizon is broken by a lone white seagull which merges into the sky, leaving no clue as to where it is bound.

Weiß und blau. Europas größter Gletscher. Ein Ozean gefrorenen, weißen Wassers. Der Mensch wirkt nur an wenigen Orten so winzig, das Land so groß, das Wetter so gigantisch und der Himmel so klar und blau. Vatnajökull zu überqueren birgt Gefahren in sich, weil tiefe Spalten unter dem weißen Fell verborgen sind und Vulkane nur solange ruhen, bis sie die nächste Katastrophe heraufbeschwören. Das weiße Gewand verhüllt die höchsten Berge Islands, überragt vom mehr als zwei Kilometer hohen Hvannadalshnjúkur. Alle Gegensätze der Natur, die Island ausmachen, schlummern zu seinen Füßen: Im Osten die farbenfrohe Bergwelt Lónsöræfi, im Südosten der grüne und grasige Hornafjördur, und am Südrand segeln Eisberge auf der Gletscherlagune Jökulsárlón. Westlich der Gletscherzunge Öræfajökull liegt der liebliche Nationalpark Skaftafell, und dort kann man das Brausen des Gletscherflusses Skeidará hören, der sich über den schwarzen Sand ergießt. Weiter im Westen liegen die moosüberzogenen Krater Lakagígar, die Seenplatte Veidivötn, und nördlich des Gletschers breiten sich dunkle Wüsten aus, durchteilt von reißenden Flüssen. Wie König und Königin erheben sich Kverkfjöll und Snæfell am Rande des Gletschers. Dort wird die Stille greifbar und laut, und in der endlosen Ferne wird die Weite von einer weißen Möwe durchquert, die im Himmel aufzugehen scheint, so daß man sich fragen mag, wohin ihr Weg wohl führt.

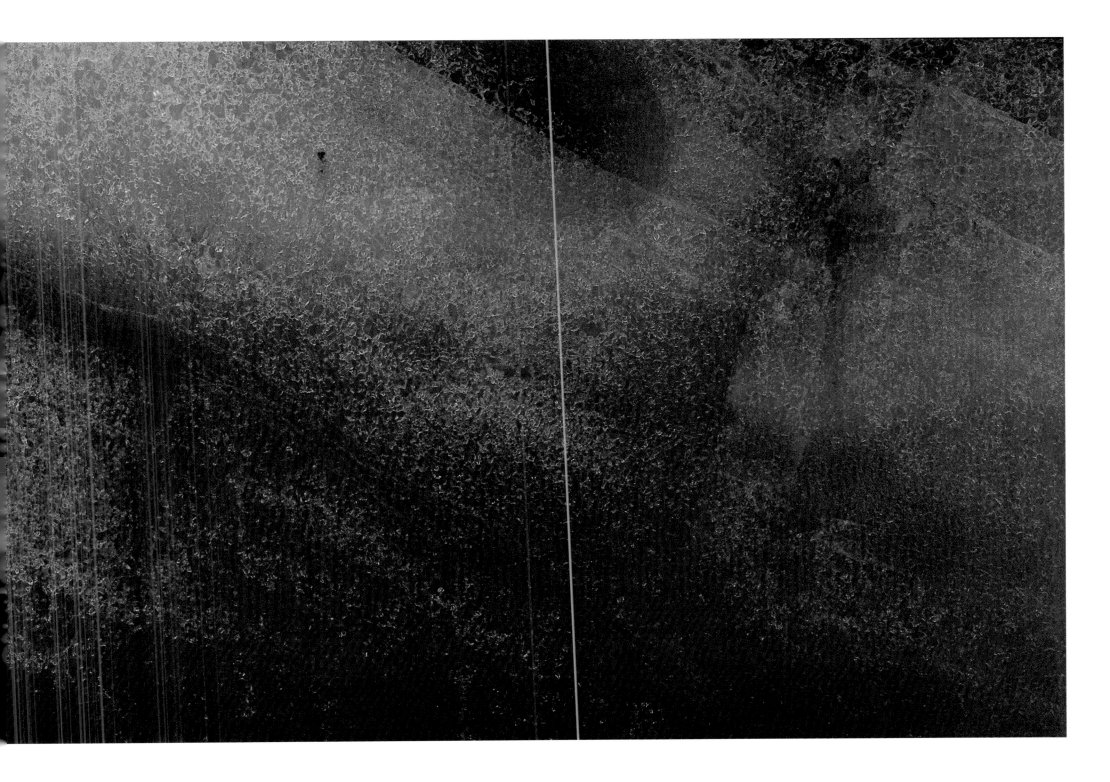

LANDMANNALAUGAR

Í bláum skugga glennir Brennisteinsalda sig eins og logandi sól að fjallabaki og einhvers staðar í grenndinni lúrir glannalegur regnbogi og bíður þess að láta ljós sitt skína. Undir fótum okkar má heyra jörðina hvæsa og ylja jökullæknum og umbreyta honum í heita laug. Við Torfajökul skreyta grænir steinar fönnina meðan ljósið fellur í stafi í ánni. Þarna er maður einn með náttúrunni og eftir hverja ferð langar mann strax aftur að fanga þá stemmningu sem þarna ríkir. Og alltaf kemur staðurinn á óvart. Rigningin og birtan breyta landinu stöðugt; það er aldrei eins, steinar breytast í tröll og mosavaxin fjöllin standa á haus í frosnu vatni. En náttúran er viðkvæm; það tekur marga áratugi að græða þau sár sem manneskjan veitir móður jörð. Með virðingu og nærgætni ættum við að geta notið landsins um ókomna framtíð, staða eins og Hrafntinnuskers, Kaldaklofs, Jökulgils og Landmannalauga og hvílt þreytta fætur í heitum læk undir dansandi norðurljósum.

Mt. Brennisteinsalda blazes forth like a sun from the blue shadows behind the mountains, while close at hand a reckless rainbow hovers in the wings, awaiting its chance to take the stage. Under our feet we hear the earth hiss, transforming the icy waters of a glacial stream into a steaming spring. Green rocks glint amidst the snowdrifts below Torfajökull glacier, and the light falls in rays into the river. Here you can be alone with nature, and every journey ends in a longing to return and recapture the atmosphere. The landscape never ceases to surprise, taking on different guises with the shifting rain and light; rocks metamorphose into trolls and moss-mantled mountains stand on their heads in the frozen lake. Nature is vulnerable; it takes many decades to heal the wounds which mankind deals out to Mother Earth. Yet with respect and care we should be able to enjoy the landscape in years to come, visit such places as Hrafntinnusker, Kaldaklof, Jökulgil and Landmannalaugar, and bathe our weary feet in a hot spring while the Northern Lights dance overhead.

Im blauen Schatten dehnt sich Brennisteinsalda wie eine leuchtende Sonne hinter den Bergen aus, und nicht weit davon schlummert ein Regenbogen in der Hoffnung auf seinen großen Auftritt. Unter den Füßen hört man die Erde zischen. Sie wärmt den Gletscherbach und verwandelt ihn in ein freundliches Bad. Beim Gletscher Torfajökull schimmert grünes Gestein, während das Licht gebündelt einen Fluß erhellt. Dort ist man mit der Natur allein. Am Ende jeden Besuches möchte man gleich wieder hin, um in die Stimmungen des Ortes einzutauchen, die immer wieder überraschen. Regen und Licht verwandeln das Land, Steine werden zu Trollen und moos-gekleidete Berge stehen kopfüber im gefrorenen See. Die Natur ist empfindlich. Es dauert Jahrzehnte, ehe sie sich vom Schaden erholt, den die Menschen ihr zufügen. Deshalb sind Orte wie Hrafntinnusker, Kaldaklof, Jökulgil und Landmannalaugar auf unseren Schutz angewiesen, wenn sie uns auch in Zukunft die müden Füße unter tanzenden Nordlichtern wärmen sollen.

VESTFIRÐIR

Á vestasta hluta heimsálfunnar mætir hafið landinu. Þarna detta brött fjöllin í sjó fram og landið verður svo lítið, hafið svo stórt. Og hafið gefur. Fyrir utan, undir stórum bröttum öldum, hefur alltaf verið mikill fiskur sem ekki hefur verið þrautalaust að fanga. Lífsbaráttan á Vestfjörðum hefur ætíð verið hörð og það hefur mótað fólkið sem er eins og náttúran, sterkt og einstakt. Stærstu fuglabjörg á norðurhveli jarðar eru þar sem Norður-Íshafið kyssir landið. Fimmtán milljónir fugla eiga samastað í Hælavíkur- og Hornbjargi og lita himininn svörtum stjörnum. Vestfirðir eru sá staður þar sem náttúruöflin eru hvað sterkust, myrkrið svartast í skammdeginu og birtan björtust um sólstöður. Og þá er oft eins og fjöllin standi á haus í dimmbláum fjörðunum. En allt í einu brotnar sú mynd þegar kópur dettur af steini, truflaður af æðarfugli sem heldur af stað með ungana sína út í hinn harða heim. Þarna fyrir vestan er sagan okkar, samofin bröttum fjöllunum, saga um land-nám, atvinnu, fólksflutninga og eyðibyggðir.

At the westernmost point of Europe, land meets sea. Mountains plummet sheer into the water and the land is cast into insignificance by the vastness of the ocean. And the ocean is generous. Out there beneath the towering waves dwell great shoals of fish which can only be harvested with hardship. Survival in the West Fjords has always been a battle, tempering the people until they are as strong and individual as the land itself. The most densely populated bird cliffs in the northern hemisphere rise where the Arctic Ocean kisses the land; on Hælavik and Hornbjarg alone, fifteen million seabirds make their home, studding the sky like black stars. In the West Fjords the elements seem more powerful, the darkness blacker and the summers brighter than anywhere else in the land. At times the mountains seem to stand upturned in the dark blue fjords, until suddenly the reflection is shattered by a seal dropping from a rock, disturbed by an eider duck setting forth with her brood into the harsh world. Here in the west lies our history, inextricably bound to the precipitous mountains; a history of settlement and employment, emigration and abandoned farms.

Am westlichsten Teil Europas begegnen sich Land und Meer. Dort fallen steile Berge ins Meer ab, und das Land scheint so klein, das Meer so gewaltig. Und das Meer spendet. Draußen gab es stets Fisch unter den hohen Wogen, der nicht ohne Mühen zu fangen war. Der Überlebenskampf in den Westfjorden war immer hart und formte die Menschen, die der Natur gleichen und stark und unverwechselbar sind. Wo das Eismeer das Land küßt erheben sich die größten Vogelfelsen der nördlichen Hemisphäre. In Hælavík und Hornbjarg leben 15 Millionen Vögel und schweben am Himmel wie schwarze Sterne. In den Westfjorden entfaltet die Natur ihre größte Kraft, das Dunkel ist finster wie nirgends sonst, das Licht im Hochsommer am klarsten. Dann scheint es manchmal, als stünden die Berge in den tiefblauen Fjorden auf dem Kopf. Doch plötzlich zerbricht dieses Bild, wenn sich ein Seehund von einem Stein wälzt, aufgestört durch eine Eiderente, die mit ihren Jungen hinaus in die rauhe Welt zieht. Dort im Westen ist unsere Geschichte eng mit den steilen Bergen verwoben -- eine Geschichte der Landnahme, Abwanderung und verlassenen Siedlungen.

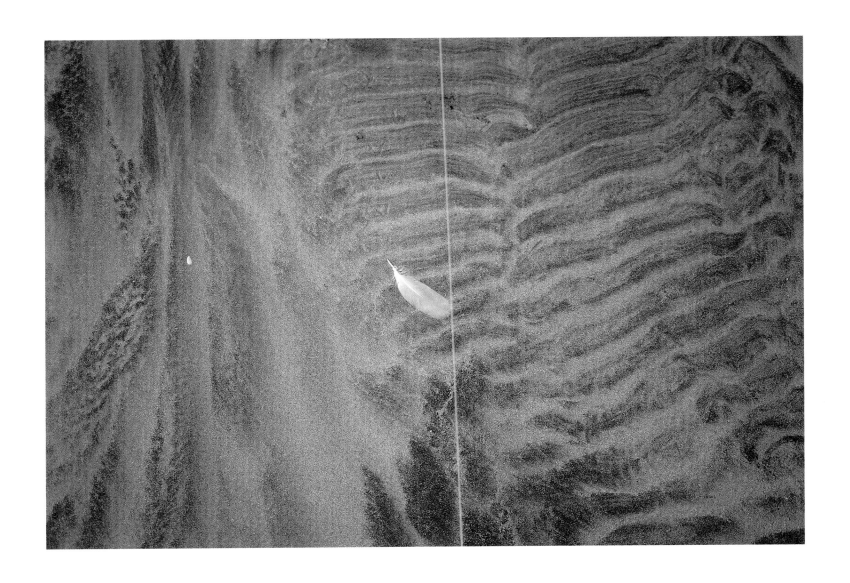

SNÆFELLSNES

Í fjarlægð er sem jökullinn svífi á haffletinum. Hann er eins og siglandi fullkomið fjall með hvítan hatt. Þegar nær dregur og blátt hraunið myndar mynstur undir jökulkraganum skynjar maður betur þann kraft sem stafar frá Snæfellsjökli og skilur þá virðingu sem heimamenn bera fyrir honum. Og þar sem haf og land mætast hreiðra þúsundir sjófugla um sig meðan maðurinn ýtir gulum báti úr vör og rær á miðin undir Jökli til að fanga fisk. Þarna eru langar fjörur og selir gjóa mannsaugum að lífinu í landi. Norðan við nesið eru óteljandi eyjar og sker sem laða að sér fugl og fisk. Ekki langt frá eru heimkynni stærstu skepnu sem lifað hefur á jörðinni, steypireyðarinnar. Það er tignarleg, næstum því heilög sjón, að sjá hana sigla eftir haffletinum, blása og halda svo áfram ferð sinni undir hatti Snæfellsjökuls.

From afar, Snæfellsjökull glacier seems to float on the surface of the sea like a perfect mountain sailing the ocean, crowned with white. As you draw nearer, the blue lava forms into patterns beneath the collar of ice and you can sense the power emanating from the glacier, understand the respect it inspires in the local people. Here where land meets sea, thousands of seabirds make their nests. A fisherman puts out from the landing stage in his yellow boat and rows to the fishing grounds beneath the glacier, while from the long strands, seals gaze with almost human eyes at life on the shore. North of the peninsula the bay is dotted with countless islands and skerries, a lure to both fish and fowl. And beyond lies the haunt of the blue whale, the largest beast ever to grace the earth. A majestic, almost holy sight, it glides along the surface of the sea, blows into the air, and then continues its journey against the backdrop of the ice cap.

Von Weitem sieht es aus, als schwebe der Gletscher auf dem Meer. Wie ein vollkommener, treibender Berg mit weißer Mütze. Aus der Nähe, wo sich blaue Lavamuster unter den Gletscherkragen schieben, begreift man diese Faszination und die Achtung, die der Berg unter den Menschen in seiner Nachbarschaft genießt. Tausende Meeresvögel nisten an der Küste, während ein Mensch sein gelbes Boot klarmacht. An langen Stränden beobachten Seehunde das Geschehen zu Lande. An der Nordseite dieser Halbinsel laden unzählige Schären und Inseln Fische und Vögel ein, unweit jener Gefilde, in denen der Blauwal, das größte Lebenwesen der Erde, umherstreift. Es ist hoheitsvoll, fast unirdisch, diese Wale tauchen und blasen zu sehen, ehe sie zum weißen Dom Snæfellsjökull weiterziehen.

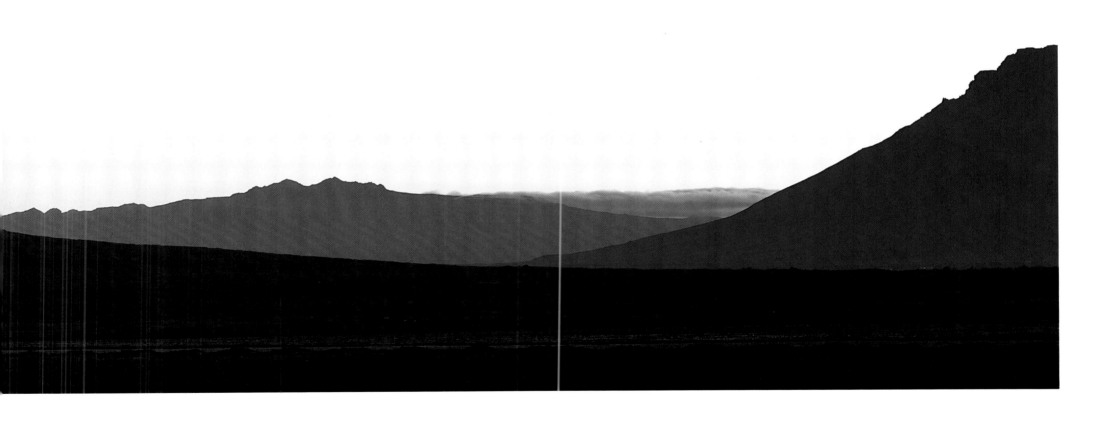

LANGISJÓR & LAKI

Suðvestur undir Vatnajökli, falinn milli fagurra fjalla, er Langisjór. Í 670 metra hæð í skugga jökulsins liggur þetta rúmlega tuttugu kílómetra langa stöðuvatn. Þarna er paradís kyrrðarinnar og af Sveinstindi, sem trónir upp í 1090 metra hæð við suðurenda vatnsins, er eitt fegursta útsýni á Íslandi: Yfir Fögrufjöllin sem liggja græn og vogskorin að vatninu að sunnan og Breiðbak sem liggur að vatninu að norðan. Undir hnjúknum í suðri breiðir Skaftá úr sér og örlítið lengra í austurátt er gígaröð Laka þar sem jörðin rifnaði fyrir rúmlega tvö hundruð árum, fjörutíu kílómetra sprunga myndaðist og mesta hraunrennsli í sögu mannkyns hófst. Í fjögur ár rann glóandi hraun upp úr gígaröðinni og myndaði Eldhraun. Nú er landið orðið mosagrænt og einhvern veginn hvarflar það að manni að tíminn lækni öll sár. Veðurfarið þarna í faðmi Vatnajökuls er eins og náttúrufarið, kolvitlaust eða frábært. Þar eru engar málamiðlanir. Og þannig á það að vera.

Southwest of the Vatnajökull ice cap, enclosed by scenic mountains, lies the 20km length of Langisjór lake, a paradise of tranquillity some 670m above sea level. Mt. Sveinstindur, towering to a height of 1,090m at the southern end of the lake, commands one of the most magnificent panoramas in Iceland, taking in the Fögrufjöll range, lying green and bay-indented to the south of the lake, and Mt. Breidbakur rising on its northern shore. South of the peak, the Skaftá river meanders over the sands, while a little further east rise the Laki craters where two hundred years ago the earth split and a 40km-long fissure formed, producing the greatest flow of lava in the history of mankind. For four years the glowing magma poured forth from the row of craters, forming Eldhraun, the "fire lava." Now the land is overgrown with moss, a gentle reminder that time heals all wounds. The climate in the embrace of Vatnajökull is as extreme as its nature, either hellish or sublime. It knows no compromises. Which is just as it should be.

Südwestlich vom Gletscher Vatnajökull liegt in 670 m Höhe der 20 Kilometer lange See Langisjór zwischen schönen Bergen versteckt. Es ist ein Paradies der Stille, und von Sveinstindur, der mit 1090 m über dem See thront, bietet sich ein unvergleichlicher Blick über Island: Fögrufjöll, die schönen Berge, liegen mit grünen Buchten am Südufer. Rauh und unnahbar liegt Breidbakur am Nordrand. Hinter den Erhebungen im Süden breitet sich der Fluß Skaftá aus, und etwas weiter östlich liegt die Kraterreihe Lakagígar. Vor gut 200 Jahren öffnete sich hier eine über 40 Kilometer lange Erdspalte, vier Jahre lang strömte rotglühende Lava hervor und bildete Eldhraun, die Feuerlava, das größte Lavafeld der Geschichte. Heute ist es von Moos überzogen, als wolle es uns in Erinnerung rufen, daß die Zeit alle Wunden heilt. In der Umarmung des Gletschers Vatnajökull ist das Wetter extrem wie die Natur, entweder völlig verrückt oder wunderbar. Da gibt es keine Kompromisse. Und so soll es auch sein.

ÍSAFJÖRÐUR

VESTFIRÐIR

NORÐUR-
ÞINGEYJARSÝSLA

AKUREYRI

EGILSSTAÐIR

SNÆFELLSNES

ASKJA

HOFS-
JÖKULL

LANG-
JÖKULL

VATNAJÖKULL

REYKJAVÍK

LANGISJÓR
& LAKI

HÖFN

LANDMANNA-
LAUGAR

MÝRDALS-
JÖKULL

LANDMANNALAUGAR

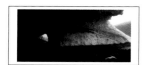

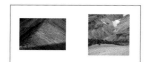

VESTFIRÐIR

Af hverju þessir sex staðir? Því er fljótsvarað. Þetta eru mínir uppáhaldsstaðir, þangað get ég komið aftur og aftur til að upplifa eitthvað nýtt. Þeir sýna líka skemmtilegan þverskurð af landinu. Flestar myndirnar eru teknar á undanförnum tveimur árum í ferðum fyrir Iceland Review-útgáfuna. Allar myndirnar eru teknar á Fujichrome Velvia-filmu og engin þeirra er skorin. Myndavélarnar voru Leica M6 og Leica R6.2, Hasselblad XPan, Mamyia 6, Fuji GW690 II, Fuji GSW 690 II, Linhof PC612 II og Fuji GX617. Notaður var Gitzo þrífótur og Minolta spotmælir.

En svona bók verður aldrei til nema með hjálp og stuðningi margra. Fyrst ber að nefna útgefanda minn, Harald J. Hamar, og Snæfríð sem vann við hönnun bókarinnar, einnig Vicky sem rak á eftir og passaði upp á textann, Jón Kaldal ritstjóra og allt starfsfólk Iceland Review, fólkið hjá C+PR hjá Leica í Þýskalandi, Lappa, Raxa, Effa, Tana, Kalla, Telmu og Ingibjörgu sem framkallar allar filmurnar fyrir mig. Og auðvitað þakka ég fjölskyldu minni, foreldrum og tengdaforeldrum, og allra mest Áslaugu, konunni minni, og börnunum mínum tveimur, Stefáni og Kolbrúnu. Án þeirra hjálpar hefði þessi bók aldrei orðið til.

Why these six places? That is easy to answer. They are my favourite places, which I can return to again and again, and always experience something new. They also reveal a lively cross-section of the land. Most of the pictures were taken over the past two years on assignments for Iceland Review. All the photographs were taken using Fujichrome Velvia film and none of them has been cropped. The following cameras were used: Leica M6 and Leica R6.2, Hasselblad XPan, Mamyia 6, Fuji GW690 II, Fuji GSW 690 II, Linhof PC612 II and Fuji GX617. In addition, I used a Gitzo tripod and Minolta spot meter.

A book like this would not exist without the help and support of a number of people. First I should mention my publisher Haraldur J. Hamar and Snæfríð who designed the book, Vicky who chased up and kept an eye on the text, my editor Jón Kaldal and all the staff at Iceland Review, the people at C+PR with Leica in Germany, Lappi, Raxi, Effi, Tani, Kalli, Telma, and Ingibjörg, who develops all my films for me. And, of course, I would like to thank my family, my parents and parents-in-law, and above all my wife Áslaug and two children Stefán and Kolbrún. Without their help this book would not exist.

Warum diese sechs Orte? Das ist leicht zu beantworten: Es sind meine Lieblingsorte. Wie oft ich sie auch besuche, so oft entdecke ich etwas Neues. Sie stellen außerdem einen interessanten Querschnitt dar. Die meisten Bilder sind in den letzten zwei Jahren entstanden, als ich für Iceland Review unterwegs war. Kein Bild ist beschnitten, und alle wurden auf Fujichrome Velvia-Filme aufgenommen. Kameras: Leica M6 und Leica R6.2, Hasselblad Xpan, Mamyia 6, Fuji GW690 II, Fuji GSW 690 II, Linhof PC612 II, Fuji GX617, Stativ Gitzo, Minolta Belichtungsmesser.

Doch so ein Buch wäre ohne die Hilfe und Unterstützung anderer nicht möglich. Hier soll zuerst Haraldur J. Hamar, meinem Herausgeber, gedankt werden; Snæfríð, die das Buch gestaltete; Vicky, die mich antrieb und den Text kontrollierte, außerdem Jón Kaldal, dem Chefredakteur sowie allen Mitarbeiterinnen und Mitarbeiter von Iceland Review und von C+PR bei Leica, Deutschland. Lappi, Raxi, Effi, Tani, Kalli und Telma, sowie Ingibjörg, die alle meine Filme entwickelt. Und natürlich meiner Familie, meinen Eltern und Schwiegereltern, vor allem aber meiner Frau Áslaug und unseren Kindern Stefán und Kolbrún. Ohne ihre Hilfe wäre dieses Buch nie entstanden.

Páll Stefánsson